escuela - ilé-ìwé	2
viaje - ìrìn àjò	5
transporte - ọkọ̀	8
ciudad - ìlú	10
paisaje - ẹlẹ́bùú	14
restaurante - ilé oúnjẹ	17
supermercado - ibi ìtajà	20
bebida - ohun mímu	22
comida - oúnjẹ	23
granja - oko	27
casa - ilé	31
cuarto de estar - yàrá ìgbé	33
cocina - ilé ìdáná	35
cuarto de baño - ilé ìwẹ̀	38
cuarto de los niños - yàrá ọmọdé	42
vestimenta - aṣọ	44
oficina - ọfisi	49
economía - ọrọ̀ ajé	51
ocupaciones - àwọn iṣẹ́ ààyò	53
herramientas - àwọn irinṣẹ́	56
instrumentos musicales - àwọn irinṣẹ́ orin	57
zoológico - ibi ẹranko	59
deporte - àwọn eré ìdárayá	62
actividades - àwọn iṣẹ́	63
familia - ẹbí	67
cuerpo - ara	68
hospital - ilé ìwòsàn	72
emergencia - pàjáwìrì	76
Tierra - Ayé	77
reloj - aago	79
semana - ọ̀sẹ̀	80
año - ọdún	81
formas - àwọn ìrísí	83
colores - àwọn àwọ̀	84
opuestos - òdì	85
números - nọ́mbà	88
idiomas - àwọn èdè	90
quién / qué / cómo - tani / kínni / báwo	91
donde - níbo	92

Impressum
Verlag: BABADADA GmbH, Nedderfeld 112 , 22529 Hamburg
Geschäftsführer / Verlagsleitung: Harald Hof
Druck: Books on Demand GmbH, In de Tarpen 42, 22848 Norderstedt

Imprint
Publisher: BABADADA GmbH, Nedderfeld 112 , 22529 Hamburg, Germany
Managing Director / Publishing direction: Harald Hof
Print: Books on Demand GmbH, In de Tarpen 42, 22848 Norderstedt

escuela
ilé-ìwé

- dividir — pínpín
- mesa — pẹpẹ
- aula — yàrá ìkàwé
- patio de escuela — yáàdì ilé-ìwé
- docente — olùkọ́
- papel — pẹ́pà
- escribir — kọ̀wé
- bolígrafo — kálàmù
- escritorio — dẹsiki
- regla — rúlà
- libro — ìwé
- alumno — akẹ́kọ̀ọ́

mochila escolar
ọ̀rá

caja de lápices
àpò pẹnsuru

lápiz
pẹnsuru

sacapuntas
olùgbẹ́ pẹnsuru

goma de borrar
rọ́bà

bloc de dibujo
bọ́tìnnì yíyàwòrán

dibujo
yíyàròwán

pincel
burọ̣si ọdà

caja de pinturas
àpótí ọdà

tijera
sisọsi

pegamento
gúlù

libro de ejercicios
ìwé iṣẹ́

tarea
iṣẹ́ àmúrelé

número
nọ́mbà

sumar
àfikún

restar
àyọkúrò

multiplicar
ìsọdipúpọ̀

calcular
ṣírò

letra
lẹ́tà

alfabeto
alábídí

palabra
ọ̀rọ̀ sísọ

escuela - ilé-ìwé

texto	leer	tiza
ọ̀rọ̀ kíkọ	kàwé	ṣọ́ọ̀kì

lección	libro de clase	examen
ìkẹ́kọ̀ọ́	forúkọsílẹ̀	ìdánwo

certificado	uniforme escolar	educación
ìwé-ẹ̀rí	aṣọ ilé-ìwé	ẹ̀kọ́

enciclopedia	universidad	microscopio
ìwé ìmọ̀	yunifasiti	ẹ̀rọ gbohùngbohùn
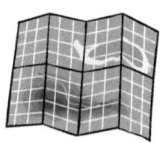		
mapa	cesto de papeles	
àwòrán àgbáyé	agbọ̀n ìdalẹ̀nù	

escuela - ilé-ìwé

viaje
ìrìn àjò

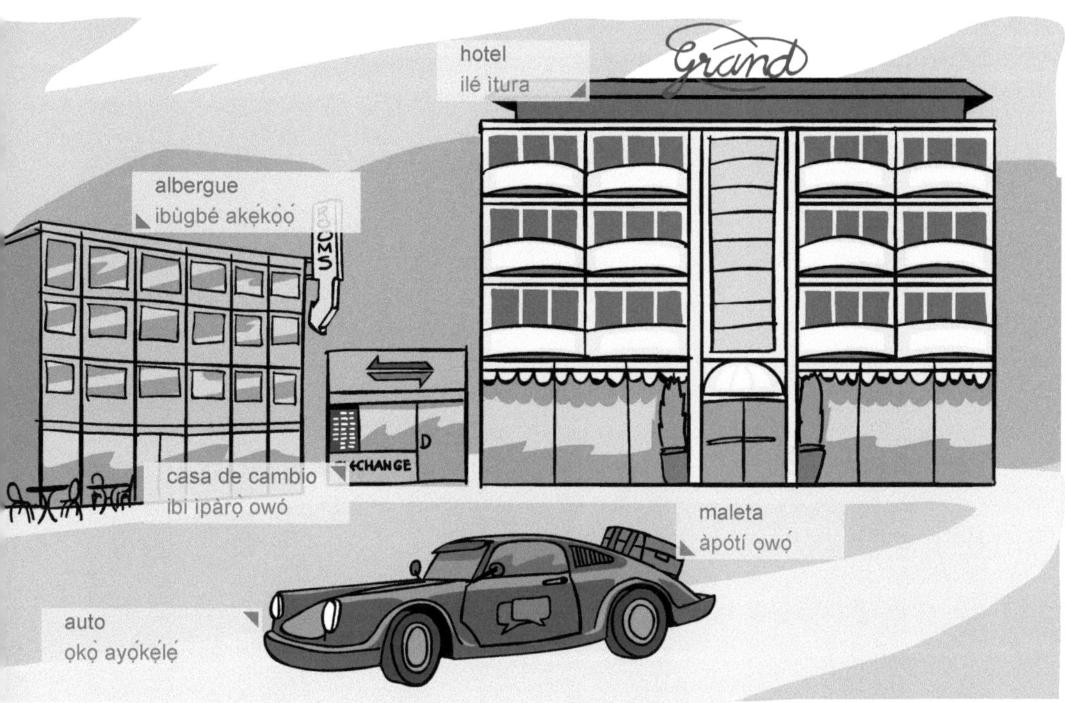
hotel
ilé ìtura
Grand
albergue
ibùgbé akẹ́kọ̀ọ́
ROOMS
casa de cambio
ibi ìpàrọ owó
EXCHANGE
maleta
àpótí ọwọ́
auto
ọkọ̀ ayọ́kẹ́lẹ́

idioma

èdè

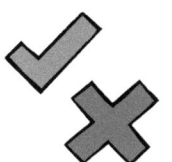

sí / no

bẹ́ẹ̀ni / bẹ́ẹ̀kọ́

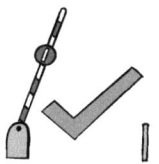

ok

Ó dára

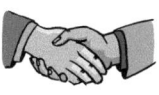

hola

ẹpẹ̀lẹ́

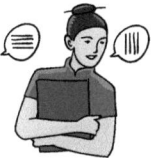

intérprete

olùtúmọ̀ èdè

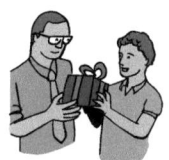

gracias

O ṣeun

¿Cuánto cuesta...?
èló ni... ?

No entiendo
Kò yé mi

problema
ìṣòro

¡Buenas tardes!
Ẹ káalẹ́!

¡Buenos días!
Ẹ kaarọ!

¡Buenas noches!
Ẹ káalẹ́!

adiós
ódìgbà

dirección
ìtọ́ni

equipaje
ẹrù-ẹni

bolso
báàgì

mochila
àpò ẹ̀yìn

invitado
àlejò

cuarto
yàrá

saco de dormir
báàgì ibùsùn

tienda de campaña
àgọ́

viaje - ìrìn àjò

información al turista
àlàyé arìnrìn àjò

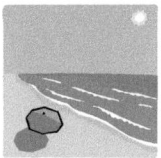

playa
òkun

tarjeta de crédito
káàdì arópò owó

desayuno
oúnjẹ àárọ̀

almuerzo
oúnjẹ ọ̀sán

cena
oúnjẹ alẹ́

pasaje
tikẹti

ascensor
ìgbésókè

sello
èdìdí

límite
àlà

aduana
àwọn àṣà

embajada
ibi ìwé ìrìnà

visa
fisa

pasaporte
ìwé ìrìnà

viaje - ìrìn àjò

transporte
ọkọ̀

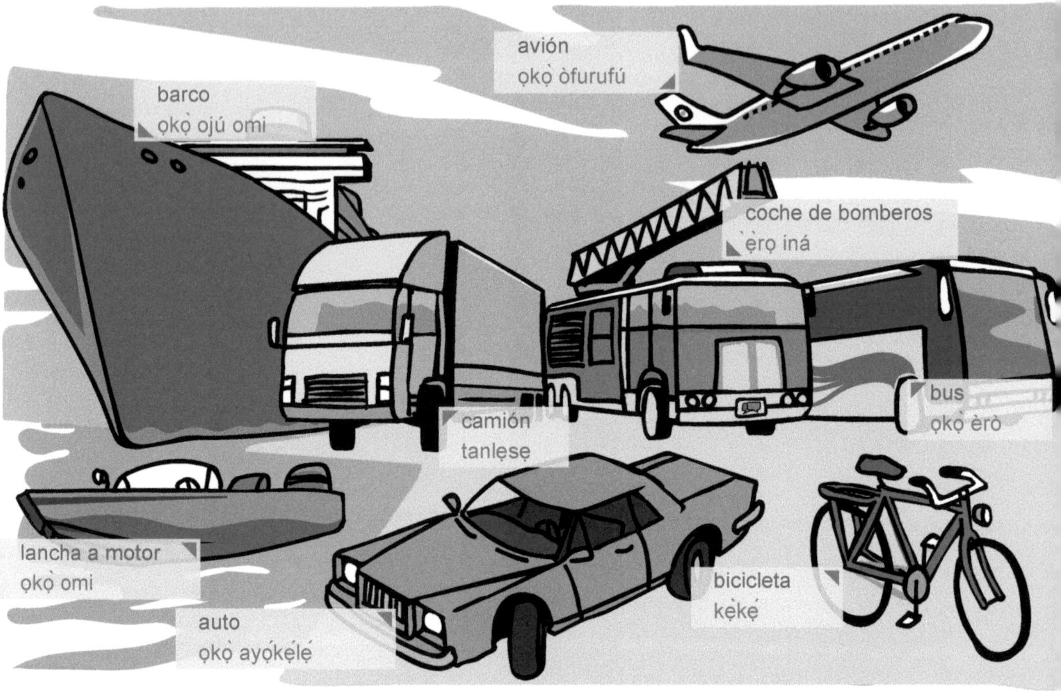

avión
ọkọ̀ òfurufú

barco
ọkọ̀ ojú omi

coche de bomberos
ẹ̀rọ iná

bus
ọkọ̀ èrò

camión
tanlẹsẹ

lancha a motor
ọkọ̀ omi

bicicleta
kẹ̀kẹ́

auto
ọkọ̀ ayọ́kẹ́lẹ́

balsa
ọpán

lancha
ọpọ́n ojú omi

motocicleta
atapùpù

auto de policía
ọkọ̀ ọlọ́pàá

auto de carreras
ọkọ̀ ìsáré

auto de alquiler
ọkọ̀ yíyá

alquiler de autos
àpínlò ọkọ̀

grúa
igbọ́kọ̀

vehículo recolector de basura
ọkọ̀ dída ilẹ̀ nù

motor
manto

gasolina
epo

gasolinera
ilé epo

señal de tráfico
àmì iwakọ̀

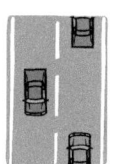
tránsito
iwakọ̀

atasco
súnkẹrẹ

estacionamiento
ibi ìgbọ́kọ̀sí

estación de tren
ibùdókọ̀ ojú irin

carril
àwọn òpópó

tren
ọkọ̀ ojú irin

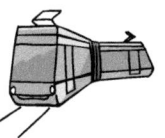
tranvía
ọkọ̀ ori ilẹ̀

vagón
ẹrù

transporte - ọkọ̀

helicóptero
ẹlikọputa

aeropuerto
ibùdókọ̀ òfurufú

torre
òpó

pasajero
èrò

contenedor
ibi ìpamọ́

caja de cartón
katun

carro
apẹ̀rẹ̀

cesta
agbọ̀n

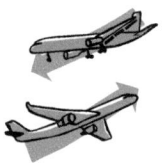
despegar / aterrizar
gbéra / balẹ̀

ciudad
ìlú

aldea
abúlé

centro de la ciudad
àárín ìlú

casa
ilé

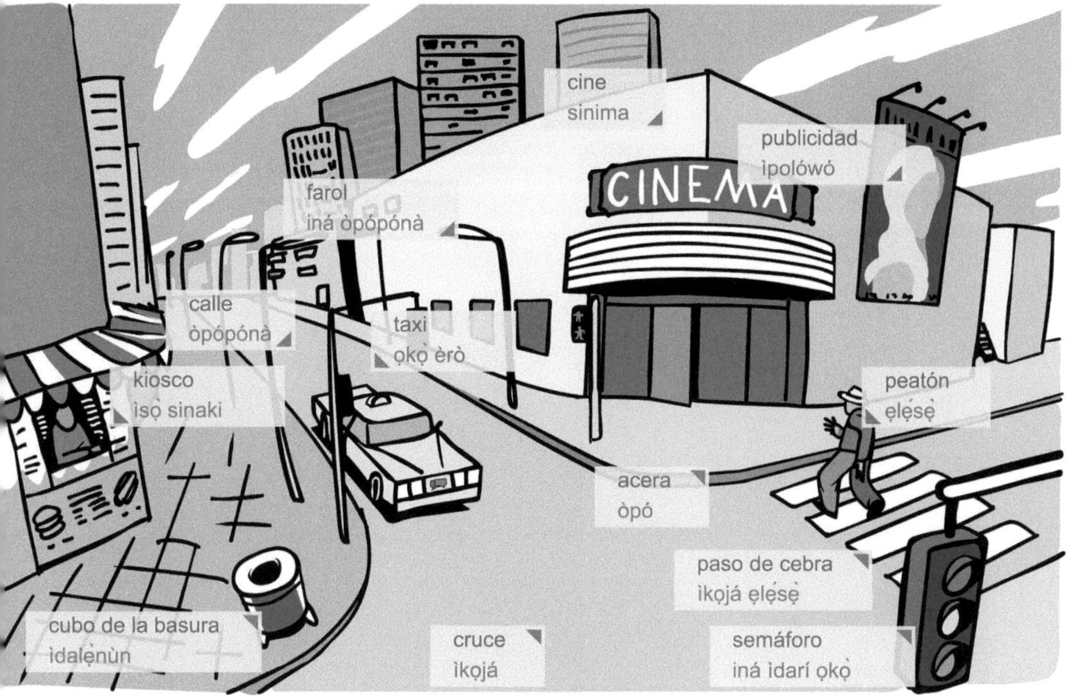

- cine / sinima
- publicidad / ìpolówó
- farol / iná òpópónà
- calle / òpópónà
- taxi / ọkọ̀ èrò
- kiosco / isọ́ sinaki
- peatón / ẹlẹ́sẹ̀
- acera / òpó
- paso de cebra / ìkọjá ẹlẹ́sẹ̀
- cubo de la basura / ìdalẹ̀nùn
- cruce / ìkọjá
- semáforo / iná ìdarí ọkọ̀

cabaña
abà

apartamento
filati

estación de tren
ibùdókọ̀ ojú irin

ayuntamiento
ojúde

museo
musiọmu

escuela
ilé-ìwé

ciudad - ìlú

universidad
yunifasiti

banco
ilé ìfowópamọ́

hospital
ilé ìwòsàn

hotel
ilé ìtura

farmacia
olùta ògùn

oficina
ọfisi

librería
ìsọ̀ ìwé

negocio
ìsọ̀

florería
òdòdó

supermercado
ibi ìtajà

mercado
ọjà

grandes almacenes
ibi ẹka iṣẹ́

pescadería
ibi ẹja

centro comercial
ibi ìrajà

puerto
bèbè omi

ciudad - ìlú

parque
ibi igbafẹ́

banco
àga

puente
afárá

escalera
àgàsọ̀

metro
abẹ́ ilẹ̀

túnel
ihò ilẹ̀

parada de autobuses
ibùdókọ̀

bar
ilé ọtí

restaurante
ilé oúnjẹ

buzón de correo
àpótí ifiwéránṣẹ́

letrero
àmì òpópónà

parquímetro
mita igbọ́kọ̀sí

zoológico
ibi ẹranko

piscina
ibi ìwẹ̀

mezquita
mọ́sálásí

ciudad - ìlú

granja
oko

polución
ìdọ̀tí

cementerio
ibi ìsìnkú

iglesia
ilé ìjọsìn

parque infantil
ibi ìṣeré

templo
tẹmpili

paisaje
ẹlẹ́bùú

- hoja — ewé
- indicador de camino — ajúwe
- sendero — ọ̀nà
- pradera — ilẹ̀ koríko
- piedra — òkúta
- árbol — igi
- caminante — olùrìn
- río — odò
- pasto — kóriko
- flor — òdòdó

paisaje - ẹlẹ́bùú

 valle — kòtò	 montaña — òkè	 lago — adágún omi
 bosque — aginjù	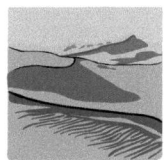 desierto — aṣálẹ̀	 volcán — ilẹ̀ ríru
 castillo — ibùgbé	 arco iris — òṣùmàrè	 seta — esun
 palmera — ọpẹ	 mosquito — ẹ̀fọn	 mosca — eṣinṣin
 hormiga — kòkòrò	 abeja — oyin	 araña — alantakun

paisaje - ẹlẹ́bùú

escarabajo
làbọnlàbọn

rana
ọpọlọ́

ardilla
ọkẹ́rẹ́ ńlá

erizo
sẹsẹ

liebre
òkẹ́rẹ́

lechuza
òwìwí

pájaro
ẹyẹ

cisne
pẹpẹyẹ ńlá

jabalí
ẹlẹ́dẹ́ igbó

ciervo
àgbọ̀nrín

alce
àgbọ̀nrín ńlá

embalse
adágún

aerogenerador
ọ̀pá afẹ́fẹ́

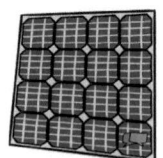

módulo solar
panẹ̀ẹ̀lì òrùn

clima
ojú-ọjọ́

paisaje - ẹlẹ́bùú

restaurante
ilé oúnję

- camarero / agbóunję
- carta del menú / àkọsílẹ̀ oúnję
- silla / àga
- sopa / ọbẹ
- pizza / pisa
- cubiertos / ọbẹ
- mantel / aṣọ tábìlì

entrada
ìpanu

plato principal
oúnję gangan

postre
ìpanu lẹ́yin oúnję

bebida
ohun mímu

comida
oúnję

botella
ìgò

comida rápida — oúnjẹ kíá

comida callejera — oúnjẹ òpópónà

tetera — abọ́ tii

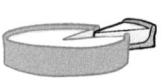

azucarera — abọ́ ṣúgà

porción — ìpín

máquina de espresso — ẹ̀rọ ẹsipirẹso

silla alta — àga gíga

factura — ináwó oṣoṣù

bandeja — tire

cuchillo — ọbẹ

tenedor — fọ́ọ̀kì

cuchara — ṣíbí

cuchara de té — ṣíbí tii

servilleta — pẹ́pà ìnuwọ́

vaso — gilasi

restaurante - ilé oúnjẹ

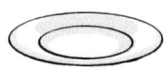		
plato	plato de sopa	platillo
abọ́	abọ́ ọbẹ̀	pẹlẹbẹ
	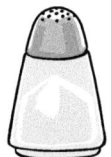	
salsa	salero	molinillo para pimienta
ọbẹ̀	kòkò iyọ̀	ilọta
		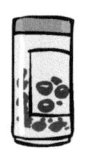 
vinagre	aceite	especias
fẹniga	òróró	èròjà

ketchup	mostaza	mayonesa
kẹsọpu	mọsitadi	mayonesi

restaurante - ilé oúnjẹ

supermercado
ibi ìtajà

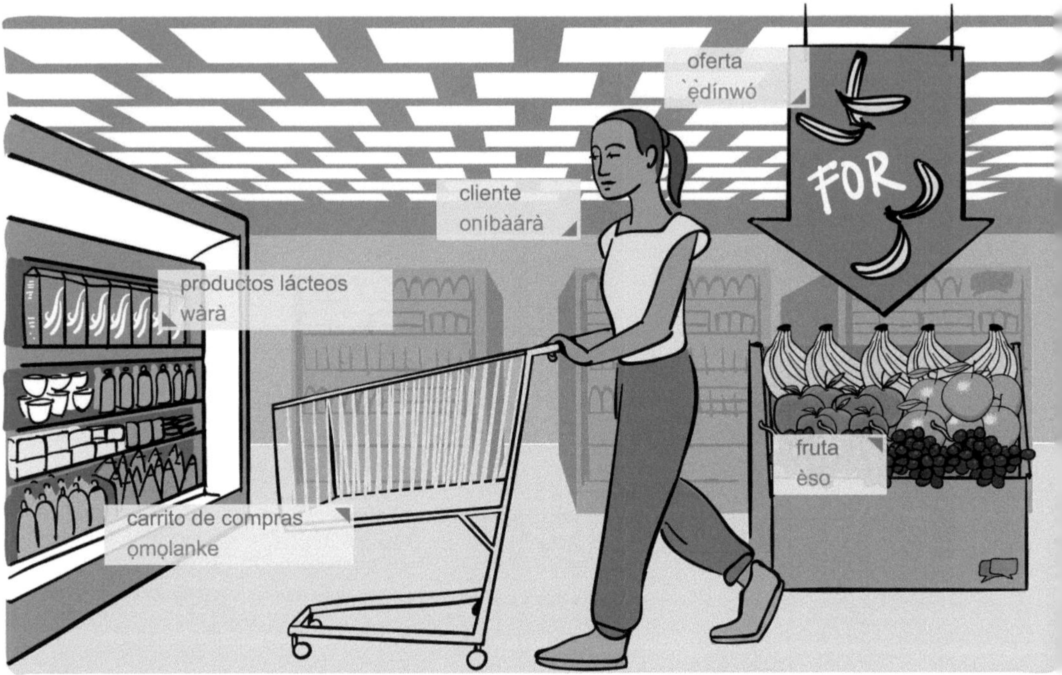

oferta
ẹ̀dínwó
FOR
cliente
oníbàárà
productos lácteos
wàrà
fruta
èso
carrito de compras
ọmọlanke

BUTCHERS

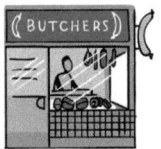

carnicería

alápatà

BAKERY

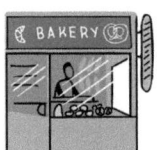

panadería

beka

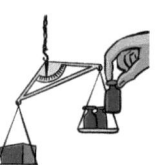

pesar

wọ̀n

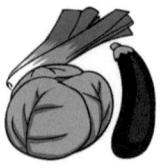

verdura

ewébẹ̀

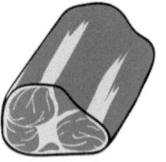

carne

ẹran

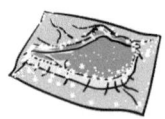

alimentos congelados

oúnjẹ dídì

fiambre
ẹran tútù

conservas
oúnjẹ agolo

detergente en polvo
ọṣẹ ifọṣọ

dulces
àdíndùn

artículos domésticos
àgbéjáde ẹbí

productos de limpieza
ohun ìtọ́jú

vendedora
olùtajà

caja
tili

cajero
akawó

lista de compras
àkójọ ìrajà

horario de atención
wákàtí ìbẹ̀rẹ̀

cartera
ìpamọ́

tarjeta de crédito
káàdì arọ́pò owó

maleta
báàgì

bolsa plástica
báàgì ọ̀rá

supermercado - ibi ìtajà

bebida
ohun mímu

agua
omi

jugo
omi èso

leche
wàrá

refresco de cola
koki

vino
waini

cerveza
bia

alcohol
ọtí líle

cacao
kòkó

té
tii

café
kọfí

espresso
ẹsipirẹso

cappuccino
kapusino

comida
oúnjẹ

banana
ògẹ̀dẹ̀

manzana
apu

naranja
ọsàn

sandía
ẹ̀gúsí

limón
òronbò

zanahoria
karọti

ajo
galiki

bambú
ọparun

cebolla
àlùbọ́sà

seta
esun

nueces
ẹ̀pà

fideos
nodu

espagueti

sipajẹti

arroz

ìrẹsì

ensalada

saladi

patatas fritas

ìpanu

patatas salteadas

ànàmọ́ díndín

pizza

pisa

hamburguesa

bọ́gà

sándwich

sanwiṣi

escalope

ẹran sísun

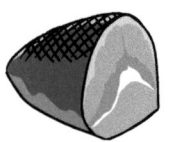

jamón

ẹsẹ ẹlẹ́dẹ̀

salame

salami

embutido

sọseji

pollo

ẹran ẹdìyẹ

asado

sun

pescado

ẹja

24   comida - oúnjẹ

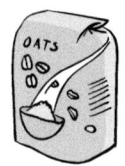

copos de avena
oti pọreji

musli
musẹli

copos de maíz tostado
confulakisi

harina
ìyẹ̀fun

croissant
kirosanti

panecillo
rolu búrẹ́dì

pan
burẹdi

tostada
dín

galletas
bisikiti

mantequilla
bọ́tà

cuajada
kọdu

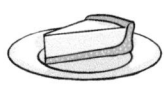

pastel
keki

huevo
ẹyin

huevo frito
ẹyin díndín

queso
ṣiṣi

comida - oúnjẹ

helado — aisi kirimu

azúcar — ṣúgà

miel — oyin

mermelada — jamu

praliné — àfira ṣokoleti

curry — kọri

comida - oúnjẹ

granja
oko

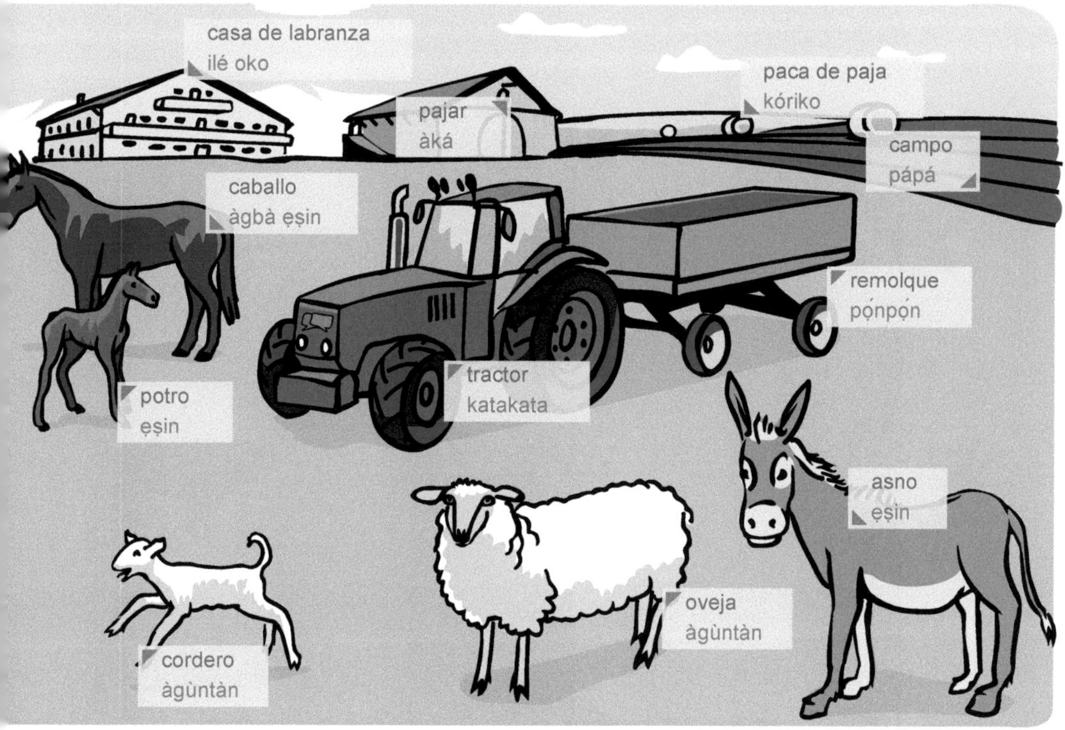

casa de labranza
ilé oko

paca de paja
kóriko

pajar
àká

campo
pápá

caballo
àgbà ẹṣin

remolque
pọ́npọ́n

potro
ẹṣin

tractor
katakata

asno
ẹṣin

cordero
àgùntàn

oveja
àgùntàn

cabra
ewúrẹ́

vaca
máàlù

ternero
ọdọ́ àgùntàn

cerdo
ẹlẹ́dẹ̀

lechón
ọmọ ẹlẹ́dẹ̀

toro
àgbò

granja - oko 27

ganso
ọmọ pẹ́pẹ́yẹ

pato
pẹ́pẹ́yẹ

polluelo
ọmọ adìyẹ

pollo
adìyẹ

gallo
àkùkọ

rata
èkúté

gato
olóngbò

ratón
eku

buey
kẹtẹkẹtẹ́

perro
ajá

caseta del perro
ilé ajá

manguera de riego
ọ̀pá ọgbà

regadera
abọ́ omi

guadaña
scythe

arado
ọkọ̀ irúgbìn

hoz
abẹ oko

azada
ọkọ́

bieldo
irinṣẹ́ kóriko

hacha
àáké

carretilla
wilibaro

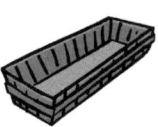

abrevadero
àgbá

lechera
abọ́ wàrà

saco
àpò

cerca
ògiri

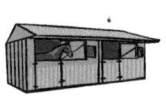

establo
pẹpẹ oko

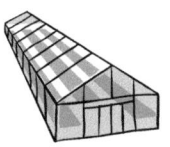

invernadero
ibi ìdáko

suelo
ilẹ̀

semilla
irúgbìn

fertilizante
ajílẹ̀

cosechadora
àkópọ̀ olùkórè

cosechar
ìkórè

cosecha
ìkórè

raíz de ñame
iṣu

trigo
bàbà

soja
soya

patata
ànàmọ́

maíz
àgbàdo

colza
irúgbìn rapu

Árbol frutal
igi èso

mandioca
ẹgẹ́

cereales
jéró

granja - oko

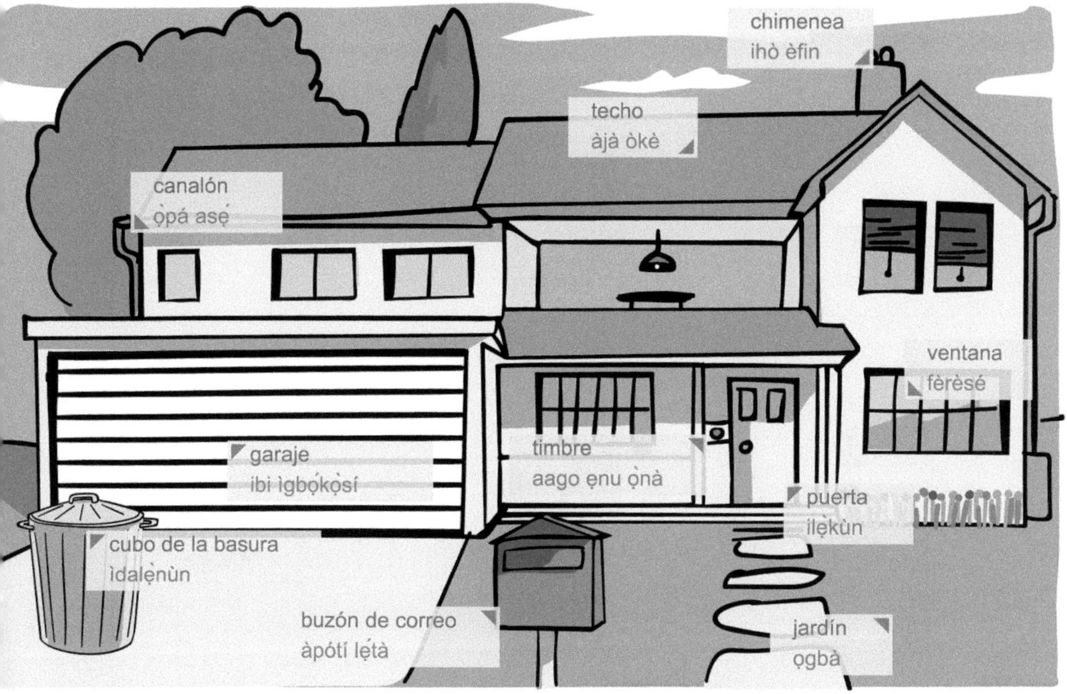

casa
ilé

- chimenea — ihò èfin
- techo — àjà òkè
- canalón — ọpá asẹ́
- ventana — fèrèsé
- garaje — ibi ìgbọ́kọ̀sí
- timbre — aago ẹnu ọ̀nà
- puerta — ilẹkùn
- cubo de la basura — ìdalẹ̀nùn
- buzón de correo — àpótí lẹ́tà
- jardín — ọgbà

cuarto de estar
yàrá ìgbé

cuarto de baño
ilé ìwẹ̀

cocina
ilé ìdáná

dormitorio
yàrá ìbùsùn

cuarto de los niños
yàrá ọmọdé

comedor
yàrá ìjẹun

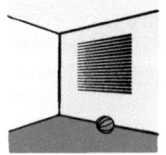
piso
ilẹ̀

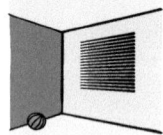
pared
ògiri ilé

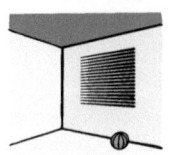
cielorraso
àjà

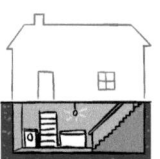
sótano
sẹla

sauna
sauna

balcón
ọ̀dẹ̀dẹ̀

terraza
ọ̀nà

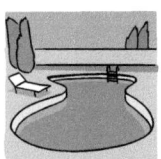
piscina
ibi ìwẹ̀

cortacésped
ẹ̀rọ ìgéko

funda nórdica
ojú-ewé

edredón
aṣọ orí ibùsùn

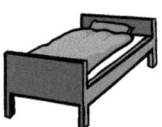
cama
ibùsùn

escoba
ọwọ̀

cubo
garawa

interruptor
yípo

casa - ilé

cuarto de estar
yàrá ìgbé

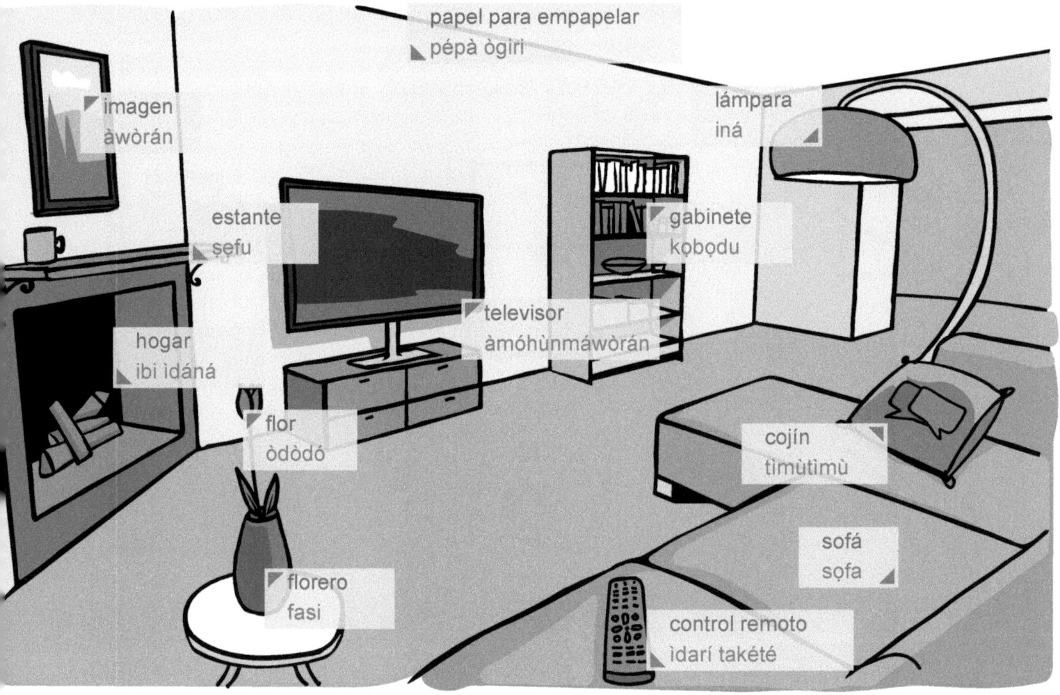

- papel para empapelar — pépà ògiri
- imagen — àwòrán
- lámpara — iná
- estante — ṣẹfu
- gabinete — kọbọdu
- hogar — ibi ìdáná
- televisor — àmóhùnmáwòrán
- flor — òdòdó
- cojín — tìmùtìmù
- florero — fasi
- sofá — sọfa
- control remoto — ìdarí takété

alfombra	cortina	mesa
kapẹti	kọtini	tábìlì

silla	mecedora	sillón
àga	àga amìtìtì	àga ọlọ́wọ́

libro
ìwé

frazada
aṣọ ìbora

decoración
ọ̀ṣọ́

leña
igi idáná

film
fíìmù

equipo estereofónico
irinṣẹ́ hi-fi

llave
kọ́kọ́rọ́

periódico
ìwé ìròyìn

cuadro
kíkunlé

póster
àlẹ̀mọ́

radio
redio

bloc de notas
ìkọ̀wé

aspiradora
ufa

cactus
kakitọsi

vela
àbẹ́là

cuarto de estar - yàrá ìgbé

cocina
ilé ìdáná

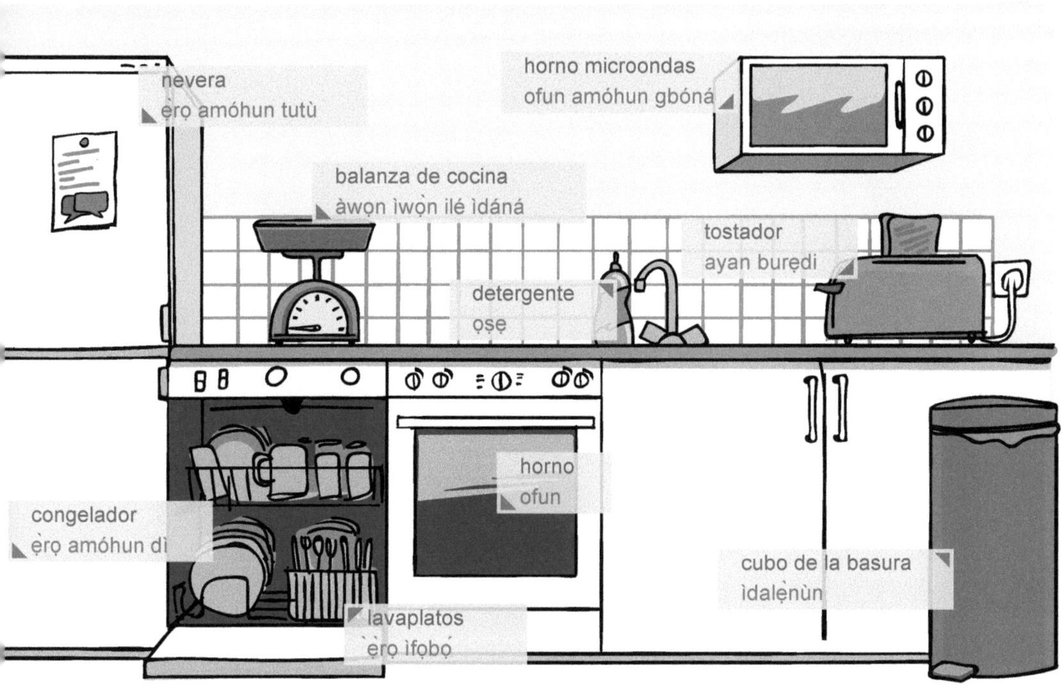

- nevera — ẹrọ amóhun tutù
- horno microondas — ofun amóhun gbóná
- balanza de cocina — àwọn ìwọ̀n ilé ìdáná
- tostador — ayan burẹdi
- detergente — ọsẹ
- horno — ofun
- congelador — ẹrọ amóhun dì
- cubo de la basura — ìdalẹ̀nùn
- lavaplatos — ẹrọ ifọbọ́

cocina
ìdáná

olla
ìṣasun

olla de fundición de hierro
ìṣasun irin

wok / kadai
wok / kadai

sartén
panu

hervidor de agua
kẹturu

olla de vapor
amoru

bandeja de horno
pẹpẹ ìdáná

vajilla
dídáná

vaso
ife gilasi

bol
àdému

palillos para comer
igi ìjẹun

cucharón de sopa
ladu

espátula
ṣíbí kòtò

batidor
wisiki

colador
sitirena

cedazo
asẹ́

rallador
gireta

mortero
odó

parrillada
àsun

fogata
ibi ìdáná

cocina - ilé ìdáná

tabla de picar

pẹpẹ gígé

rodillo

igi ìlọ̀

sacacorchos

kọkisukuru

lata

agolo

abrelatas

olùṣí agolo

agarrador

àdìmú ìṣasun

fregadero

kòtò

cepillo

burọṣi

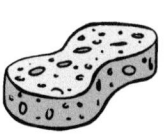

esponja

kaninkanin

batidora

ẹ̀rọ ìlọta

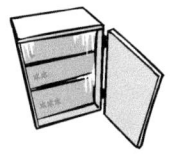

arcón congelador

ẹ̀rọ amóhun dì oníkòtò

biberón

ohun ìjẹun ọmọdé

grifo

ẹnu ẹ̀rọ omi

cocina - ilé ìdáná

37

cuarto de baño
ilé ìwẹ̀

calefacción
gbígbóná

ducha
ìwẹ̀

toalla
tawẹli

cortina para ducha
kọtini ìwẹ̀

baño de espuma
ìwẹ olóṣẹ

bañera
ibi ìwẹ̀

vaso
gilasi

lavadora
ẹrọ ìfọṣọ

grifo
ẹnu ẹrọ omi

baldosa
àlẹmọlẹ

orinal
pó

fregadero
kòtò

cuarto de baño
ibi iyàgbẹ́

placa turca
ibi ṣálángá

bidé
bidẹti

urinario
títọ̀

papel higiénico
pépa ibi iyàgbẹ́

escobilla para el cuarto de baño
burọṣi ibi iyàgbẹ́

cepillo de dientes
igi ifọnu

pasta dentífrica
ọṣẹ ifọnu

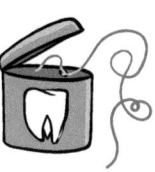
seda dental
filọsi eyin

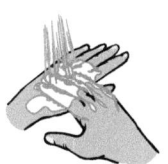
lavar
fọṣọ

ducha teléfono
ìwẹ̀ ọlọ́wọ́

ducha higiénica
doṣi

cuenco
basin

cepillo para la espalda
burọṣi ẹ̀yin

jabón
ọṣẹ

gel de ducha
gẹli ìwẹ̀

champú
ọ̀ṣẹ irun

manopla para baño
filanẹni

desagüe
sẹ́

crema
ìpara

desodorante
olóòrùn dídún

cuarto de baño - ilé ìwẹ̀

espejo

dingi

espejo de maquillaje

díngi ọwọ́

máquina de afeitar

abẹ

espuma de afeitar

fomu ìfárungbọ̀n

loción para después del afeitado

lẹ́yìn ifarungbọ̀n

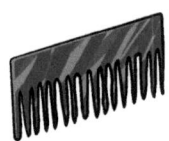

peine

ìyarun

cepillo

burọṣì

secador para cabello

agbẹrun

laca de peinado

ìparun

maquillaje

ìmúra

lápiz labial

ìtọ́tè

laca para uñas

faniṣi èkaná

algodón

òwú

tijera para uñas

sisọsi èkaná

perfume

pafumu

neceser
báàgì ìwẹ̀

taburete
àga

balanza
ìwọ̀n

bata de baño
okùn ìwẹ̀

guantes de goma
ìbọ̀wọ́ rọ́bà

tampón
tampun

compresa
ìnuwọ́

wáter químico
ṣálángá kẹmika

cuarto de baño - ilé ìwẹ̀

cuarto de los niños
yàrá ọmọdé

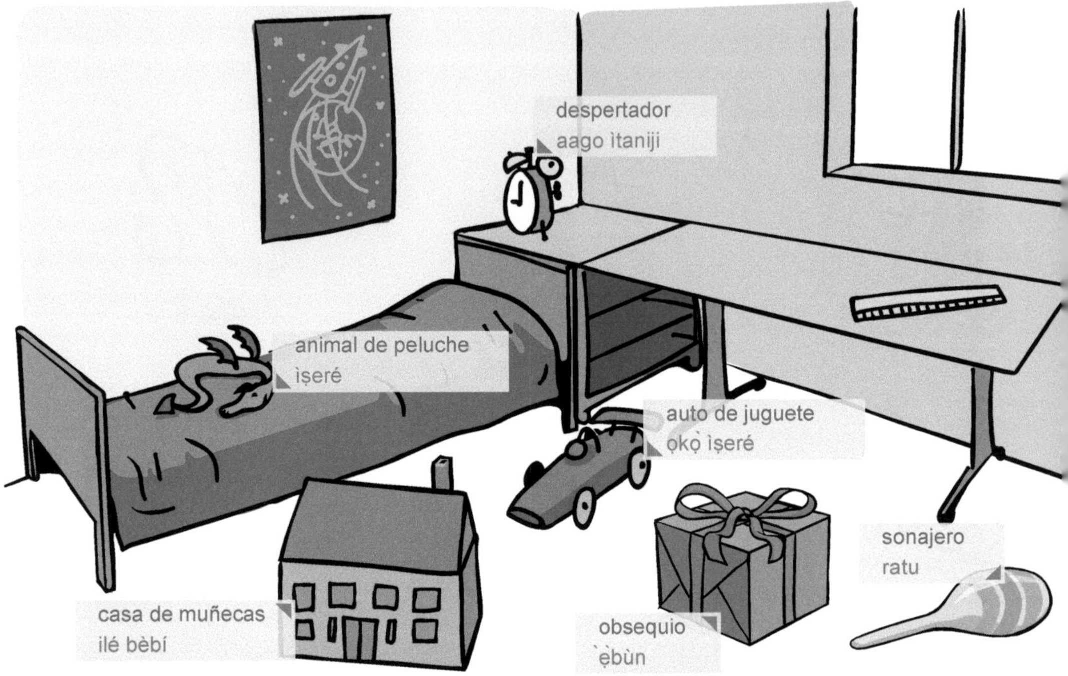

despertador
aago ìtanìjí

animal de peluche
ìṣeré

auto de juguete
ọkọ̀ ìṣeré

sonajero
ratu

casa de muñecas
ilé bèbí

obsequio
ẹ̀bùn

globo
fèrè

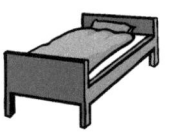

cama
ibùsùn

cochecito para niños
ìgbọ́mọ

juego de barajas
àpapọ̀ káàdì

rompecabezas
ayùn

cómic
àwàdà

piezas de Lego
àwọn biriki

bloques para jugar
ohun ìṣeré

figura de acción
figọ ìṣe

pijama de una pieza
ìdàgbàsókè

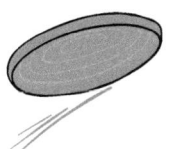

frisbee
firisibi

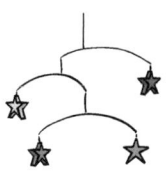

móvil
alágbèéká

juego de mesa
eré pẹpẹ

dado
daisi

tren eléctrico a escala
àkópọ̀ ìkọ́ni àwòṣe

chupete
dọmi

fiesta
ayẹyẹ

libro de dibujos
ìwé àwòrán

pelota
bọ́ọ̀lù

títere
bèbí

jugar
ṣeré

cuarto de los niños - yàrá ọmọdé

arenero
kòtò yẹ̀pẹ̀

columpio
jangilofa

juguetes
àwọn ìṣeré

consola de videojuego
kọ́nsolu ìṣeré fídíò

triciclo
ẹlẹ́sẹ̀ mẹ́ta

osito de peluche
bèbí ọmọdé

guardarropa
ibi ìkaṣọsi

vestimenta
aṣọ

calcetines
ṣọkisi

medias
sitọkin

panti
ṣòkòtò

vestimenta - aṣọ

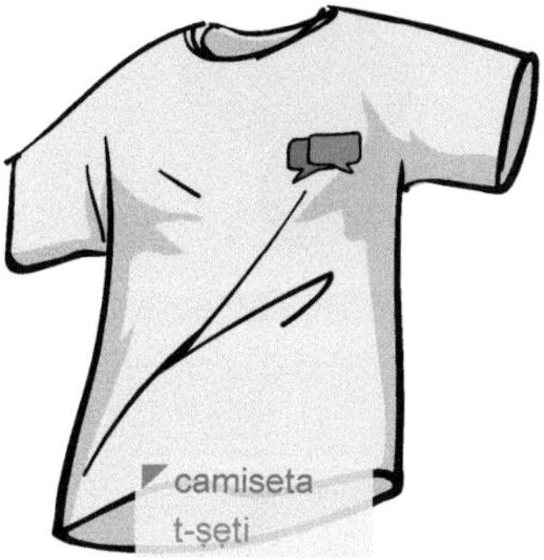

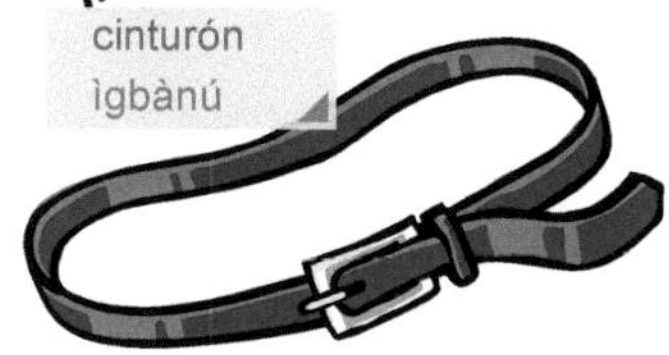

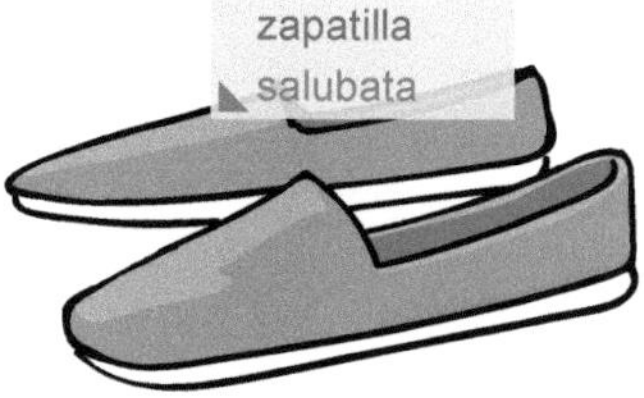

chal
sikafu

cinturón
ìgbànú

paraguas
agbòjò

camiseta
t-ṣeti

botas
bàtà

zapatilla
salubata

deportivas
àwọn olùkọni

sandalias
salubata

zapatos
bàtà

botas de goma
bàtà òjò

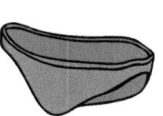

ropa interior
pátá

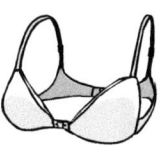

corpiño
kọ́mú

camiseta
fẹsiti

vestimenta - aṣọ

body
ara

pantalón
ṣòkòtò

jeans
kakí

falda
sikẹti

blusa
bulausi

camisa
ṣẹti

pullover
dúró

sweater
ìbòrí

blazer
aṣọ òkè

chaqueta
aṣọ otútù

abrigo
kotu

impermeable
aṣọ òjò

traje chaqueta
ìmúra

vestido
wọṣọ

vestido de bodas
aṣọ ìgbéyàwó

vestimenta - aṣọ

traje
sutu

camisón
aṣọ àwọ̀sùn

pijama
pijama

sari
sari

pañuelo de cabeza
gèlè

turbante
tọbanu

burka
bọka

caftán
kafitani

abaya
abaya

traje de baño
aṣọ iwẹdò

bañador
aṣọ àwọ̀sókè

shorts
penpe

chándal
kotu

delantal
aṣọ ìdáná

guante
ìbọ̀wọ́

vestimenta - aṣọ

botón
bọ́tinnì

gafa
awò

brazalete
ẹgbà ọwọ́

cadena
ẹgbà ọrùn

anillo
òrùka

aro
gbígbọ́

gorra
filà

percha
ikọ́ kotu

sombrero
àkẹtẹ̀

corbata
tai

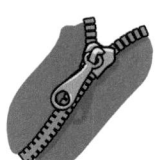

cierre a cremallera
sipu

casco
koto

tiradores
biresi

uniforme escolar
aṣọ ilé-ìwé

uniforme
yunifọmu

vestimenta - aṣọ

babero
bibu

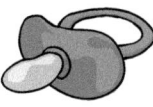
chupete
dọmi

pañal
ìlédìí

oficina
ọfisi

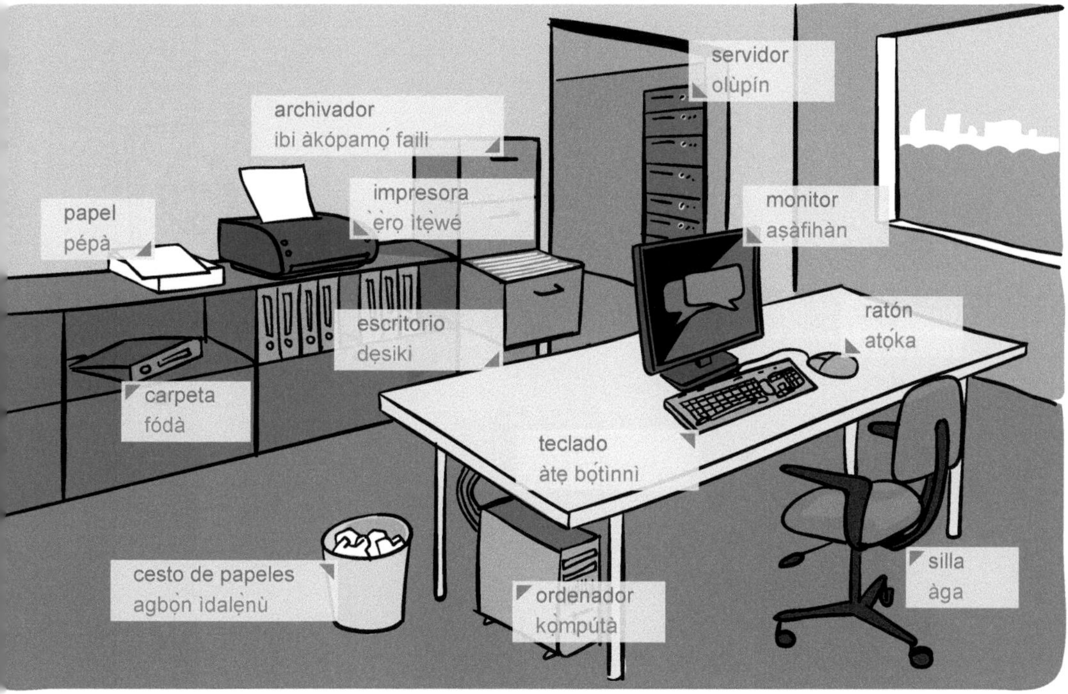

- servidor — olùpín
- archivador — ibi àkópamọ́ faili
- papel — pépà
- impresora — ẹ̀rọ ìtẹwé
- monitor — aṣàfihàn
- escritorio — dẹsiki
- ratón — atọ́ka
- carpeta — fódà
- teclado — àtẹ bọ́tìnnì
- cesto de papeles — agbọ̀n ìdalẹ̀nù
- ordenador — kọmpútà
- silla — àga

taza de café
ife kọfí

calculadora
ẹ̀rọ ìṣirò

internet
ayélujára

laptop

kòmpútà àgbélétan

carta

létà

mensaje

ìfiránṣẹ́

teléfono móvil

alágbèéká

red

nẹtíwọ̀kì

fotocopiadora

`ẹ̀rọ ẹ̀dà

software

sọftwia

teléfono

`ẹ̀rọ ìbánisọ̀rọ̀

tomacorriente

ihò iná

máquina de fax

ẹ̀rọ fakisi

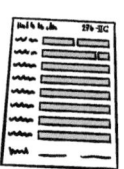

formulario

fọ́ọ̀mù

documento

ìwé àkọsílẹ̀

oficina - ọfisi

economía
ọrọ̀ ajé

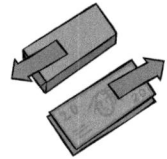
comprar
rà

pagar
sanwó

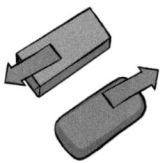
comerciar
ṣòwò

dinero
owó

dólar
dọla

euro
yuro

yen
yẹni

rublo
rọbu

franco
Siwisi frans

renminbi
renminbi yuan

rupia
rupi

cajero automático
ibi owó

casa de cambio
ibi ìpàrọ̀ owó

oro
wúrà

plata
fàdákà

petróleo
epo

energía
agbára

precio
iye

contrato
àdéhùn

impuesto
owó orí

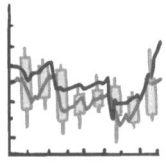
acción
ìpín ọjà

trabajar
ṣiṣẹ́

empleado
òṣìṣẹ́

empleador
agbani síṣẹ́

fábrica
ilé iṣẹ́

negocio
ìsọ̀

economía - ọrọ̀ ajé

ocupaciones
àwọn iṣẹ́ àáyò

policía
ògá ọlọ́pàá

bombero
panápaná

cocinero
adáná

médico
dókítà

piloto
awakọ̀ òfurufú

jardinero
ológbà

carpintero
gbẹ́nàgbẹ́nà

costurera
áránṣọ

juez
adájọ́

químico
olóògùn

actor
òṣèré

ocupaciones - àwọn iṣẹ́ àáyò

conductor de autobús
awakọ̀ èrò

taxista
awakọ̀ èrò

pescador
apẹja

mujer de la limpieza
omidan agbálẹ̀

techista
kanlékanlé

camarero
agbóunjẹ

cazador
ọdẹ

pintor
akunlé

panadero
olùṣe iyẹ̀fun

electricista
aṣàtúnṣe iná

albañil
akọ́lé

ingeniero
amojú ẹ̀rọ

carnicero
alápatà

fontanero
pulọmba

cartero
afiwé ránṣẹ́

ocupaciones - àwọn iṣẹ́ ààyò

soldado
jagunjagun

arquitecto
ayàwòrán ilé

cajero
akawó

florista
olódòdó

peluquero
aṣerun lóge

cobrador
adarí èrò

mecánico
aṣàtúnṣe ọkọ̀

capitán
adarí

odontólogo
olùtọjú eyin

científico
onímọ̀ ijìnlẹ̀

rabino
olùkọ́ni

imam
imamu

monje
mọnki

párroco
òjíṣẹ́ Olọ́run

ocupaciones - àwọn iṣẹ́ ààyò

herramientas
àwọn irinṣẹ́

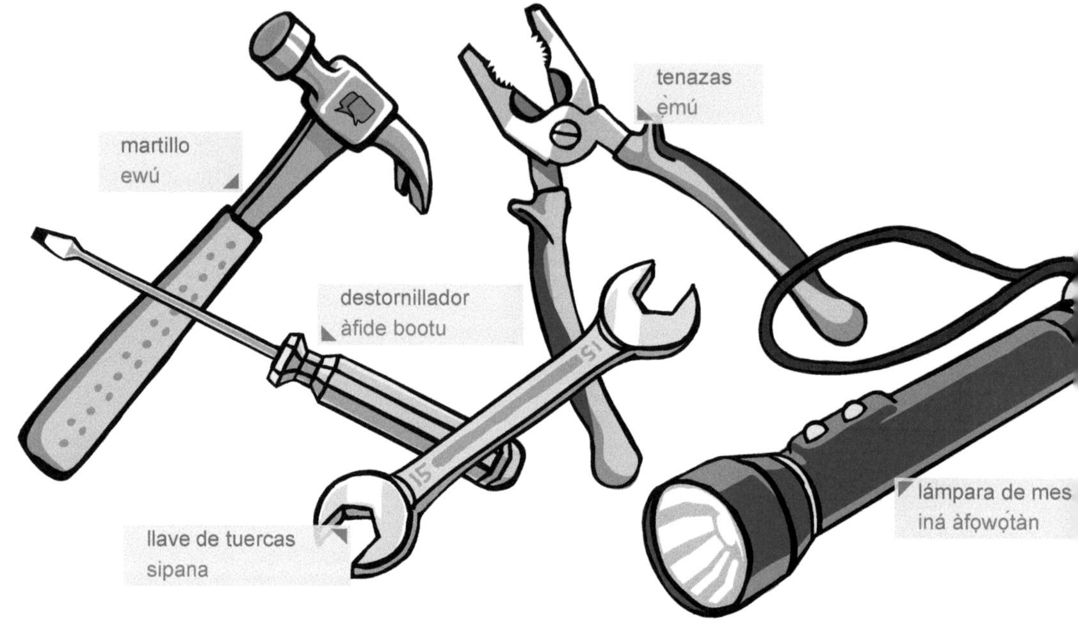

martillo / ewú

tenazas / èmú

destornillador / àfide bootu

llave de tuercas / sipana

lámpara de mes / iná àfọwọ́tàn

excavadora
jiga

caja de herramientas
àpótí irinṣẹ́

escalerilla
àgàsọ̀

serrucho
ayùn

clavos
èṣó

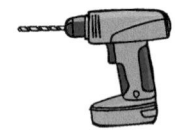

taladro
ìlu

reparar
túnṣe

pala
sọ́bìrì

¡Maldición!
Adágún!

recogedor
igbá ìdọ̀tí

lata de pintura
kòkò ọ̀dà

tornillos
bootu

instrumentos musicales
àwọn irinṣẹ́ orin

- batería — àkópọ̀ ìlù
- altavoz — gbohùngbohùn
- contrabajo — baasi oníméjì
- trompeta — fèrè
- guitarra — jita

piano	violín	bajo
dùrù	faolin	baasi

timbales	tambor	teclado
timpani	àwọn ìlù	kiibọdu

saxofón	flauta	micrófono
sasofonu	fèrè ìpè	ẹ̀rọ gbohùngbohùn

instrumentos musicales - àwọn irinṣẹ́ orin

zoológico
ibi ẹranko

entrada
ìwọlé

tigre
ẹkùn

jaula
ibi ìhámọ́

cebra
àgbọ̀nrín

comida para animales
oúnjẹ ẹranko

panda
panda

animales
àwọn ẹranko

elefante
erin

canguro
kangaruu

rinoceronte
raino

gorila
ọ̀bọ lagido

oso
biari

camello

kẹtẹkẹtẹ́

avestruz

ẹyẹ agùnlọ́rùn

león

kìnìún

mono

ọ̀bọ

flamengo

yojayoja

papagayo

ayékòótọ́

oso polar

biari omi

pingüino

pinguin

tiburón

ṣaki

pavo real

ọ̀kín

serpiente

ejò

cocodrilo

ọ̀nì

cuidador del zoológico

olùtọ́jú ibi ẹranko

foca

sili

jaguar

jagua

zoológico - ibi ẹranko

pony
poni

leopardo
ẹkùn

hipopótamo
ẹran omi

jirafa
jirafi

águila
àṣá

jabalí
ẹlẹ́dẹ́ igbó

pescado
ẹja

tortuga
ijàpá

morsa
wọrọsi

zorro
kọ̀lọ̀kọ̀lọ̀

gacela
gasẹli

zoológico - ibi ẹranko

deporte
àwọn eré ìdáraya

fútbol americano
Bọ́ọ̀lù àfẹsẹ̀gbá Amẹrika

ciclismo
kẹ̀kẹ́

tenis
tẹnisi

baloncesto
bọ́ọ̀lù agbọ̀n

natación
ìwẹ odò

hockey sobre hielo
ọki yìnyín

boxeo
ẹlẹsẹẹ

fútbol
bọ́ọ̀lù àfẹsẹ̀gbá

badminton
badmintin

atletismo
àwọn tí ń sáré

balonmano
bọ́ọ̀lù ọlọ́wọ́

esquí
eré orí yìnyín

polo
polo

deporte - àwọn eré ìdáraya

actividades
àwọn iṣẹ́

- saltar / fò
- reír / rẹ́rìín
- abrazar / dìmọ́
- caminar / rìn
- cantar / kọrin
- rezar / gbàdúrà
- besar / fẹnukò
- soñar / àlá

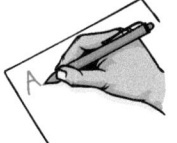

escribir
kọ̀wé

dibujar
yàwòrán

mostrar
fihàn

presionar
tì

dar
funni

tomar
mú

actividades - àwọn iṣẹ́

 tener · ní	 hacer · ṣe	 ser · jẹ́
 estar de pie · dúró	 correr · sáré	 tirar · fà
 arrojar · jù	 caer · ṣubú	 estar acostado · parọ́
 esperar · dúró	 llevar · gbé	 estar sentado · jókòó
 vestirse · múra	 dormir · sùn	 despertar · jí

actividades - àwọn iṣẹ́

mirar
wo

llorar
kígbe

acariciar
ọ̀pá

peinarse
ìlarun

conversar
sọ̀rọ̀

entender
lóye

preguntar
bèrè

oír
tẹtí

beber
omi

comer
jẹun

asear
palẹ̀mọ́

amar
ìfẹ́

cocinar
dáná

conducir
wakọ̀

volar
fò

actividades - àwọn iṣẹ́

navegar
ìgbín

calcular
ṣírò

leer
kàwé

aprender
kọ́

trabajar
ṣiṣẹ́

casarse
gbéyàwó

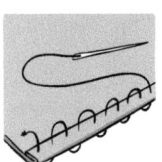
coser
ránṣọ

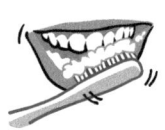
limpiarse los dientes
fọ eyín

matar
pa

fumar
mu sìgá

enviar
firánṣẹ́

familia
ẹbí

- abuela — ìyá ńlá
- abuelo — bàbá ńlá
- padre — bàbá
- madre — ìyá
- bebé — ọmọdé
- hija — ọmọbìnrin
- hijo — ọmọkùnrin

invitado
àlejò

tía
àbúrò ìyá

tío
àbúrò bàbá

hermano
arákùnrin

hermana
arábìnrin

familia - ẹbí

cuerpo
ara

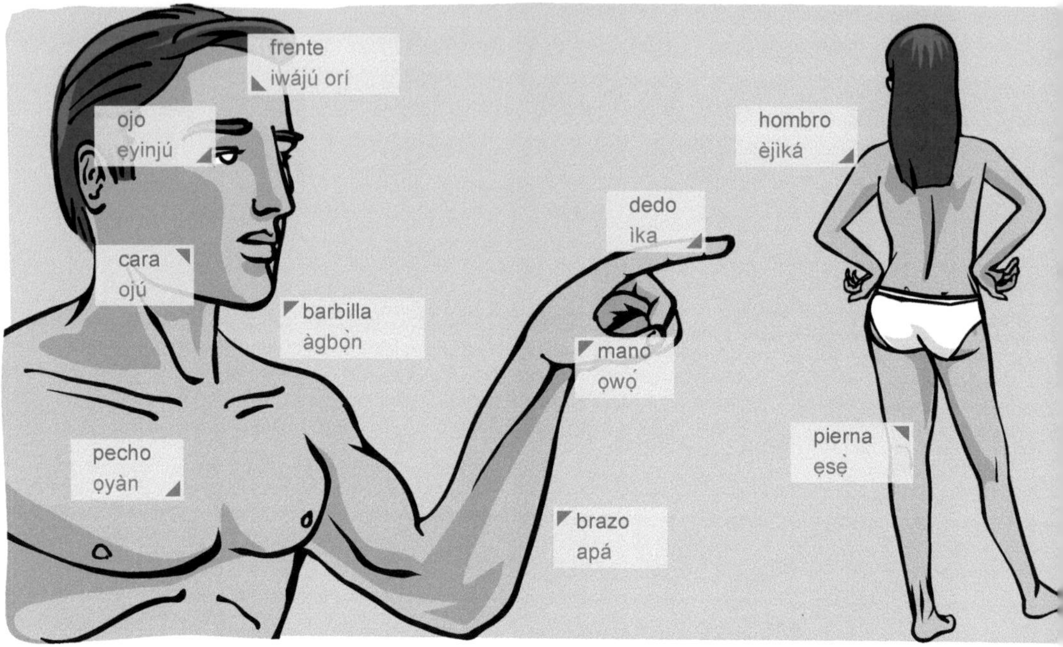

frente — iwájú orí
ojo — eyinjú
cara — ojú
barbilla — àgbòn
pecho — oyàn
hombro — èjìká
dedo — ika
mano — owó
pierna — ese
brazo — apá

bebé
omodé

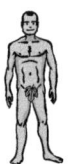

hombre
okùnrin àgbà

mujer
obìnrin àgbà

muchacha
obìnrin

joven
okùnrin

cabeza
orí

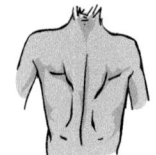
espalda
èyìn

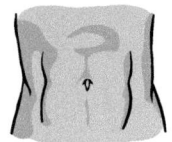
vientre
inú

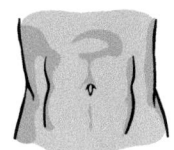
ombligo
ìdodo

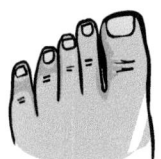
dedo del pie
ìka ẹsẹ̀

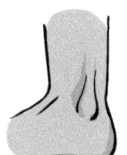
talón
èyìn ẹsẹ̀

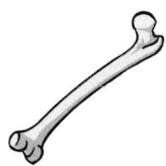
hueso
egungun

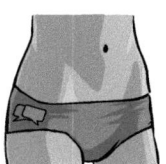
cadera
ìbàdí

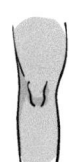
rodilla
orúnkún

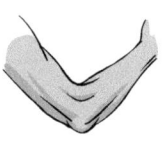
codo
ìgúpá

nariz
imú

trasero
ìdí

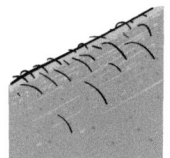
piel
awọ

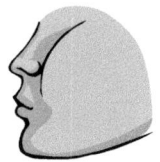
mejilla
`ẹrẹkẹ́

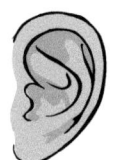
oreja
etí

labio
ètè

cuerpo - ara

boca

ẹnu

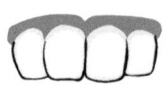

diente

eyín

lengua

ahọ́n

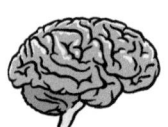

cerebro

ọpọlọ

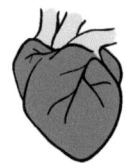

corazón

ọkàn

músculo

iṣan

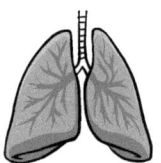

pulmón

ìfun

hígado

ẹ̀dọ̀

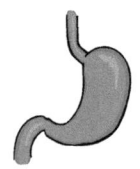

estómago

ikùn

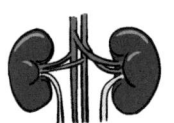

riñones

kíndìrín

relación sexual

ìbálòpọ̀

condón

rọ́bà àbò

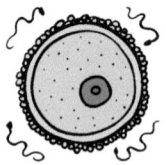

Óvulo

ofumu

esperma

àtọ̀

embarazo

oyún

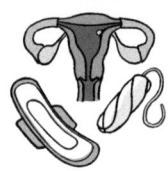
menstruación
ǹkan oṣù

vagina
òbò

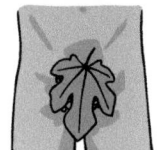
pene
okó

ceja
ìpénpéjú

cabello
irun

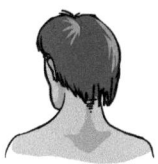
cuello
ọrùn

cuerpo - ara

hospital
ilé ìwòsàn

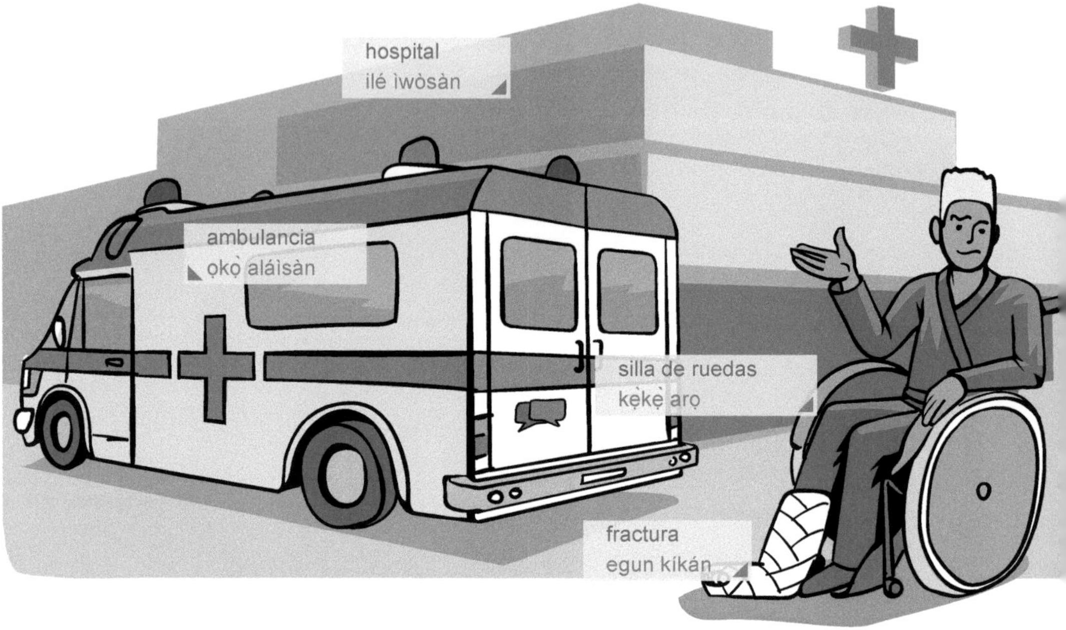

hospital
ilé ìwòsàn

ambulancia
ọkọ̀ aláìsàn

silla de ruedas
kẹkẹ arọ

fractura
egun kíkán

médico

dókítà

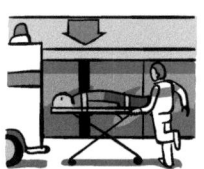

admisión de urgencia

yàrá pàjáwìrì

enfermera

nọ́ọ̀sì

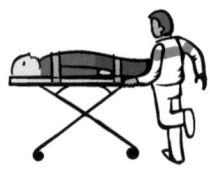

emergencia

pàjáwìrì

inconsciente

dákú

dolor

ìrora

lesión
egbò

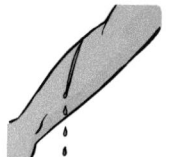
hemorragia
ẹ̀jẹ̀ dídà

infarto de miocardio
àìsàn ọkàn

apoplejía cerebral
rọpárọsẹ̀

alergia
àlébù ògùn

tos
ikọ́

fiebre
ibà

gripe
ọfinkìn

diarrea
ìgbẹ́ gburu

dolor de cabeza
ẹ̀fọ́rí

cáncer
jẹjẹrẹ

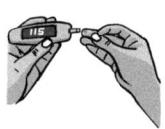
diabetes
ìtọ̀ ṣúgà

cirujano
alábẹ

escalpelo
abẹfẹ́lẹ́

operación
iṣẹ́ abẹ

hospital - ilé ìwòsàn

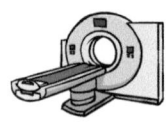

TC
CT

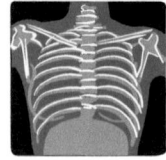

rayos X
x-ray

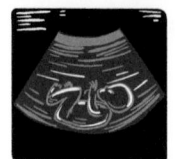

ultrasonido
ọtirasandi

máscara
aṣọ ìbòjú

enfermedad
àrùn

sala de espera
yàrá ìdúró

muleta
ọ̀pá

emplasto
àlẹ̀mọ́

vendaje
aṣọ àfiwé

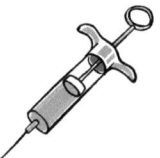

inyección
abẹ́rẹ́

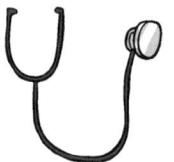

estetoscopio
àyẹ̀wò èémì

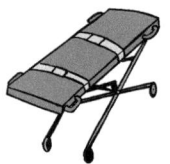

camilla
àtẹ aláìsàn

termómetro
ẹ̀rọ iwọ̀n oru ilé ìwòsàn

nacimiento
ìbí

sobrepeso
ìsanrajù

hospital - ilé ìwòsàn

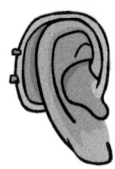

audífono

ẹ̀rọ àfigbọ́rọ̀

desinfectante

apa kòkòrò

infección

àkóràn

virus

kòkòrò

VIH / SIDA

Àrùn HIV / AIDS

medicina

òògùn

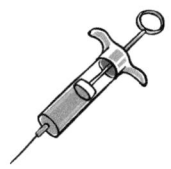

vacunación

àjẹsára

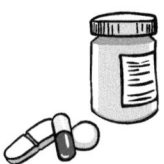

comprimido

tabulẹti

píldora anticonceptiva

òògùn

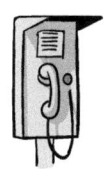

llamada de emergencia

ìpè pàjáwìrì

medidor de presión arterial

atọpinpin ẹ̀jẹ̀ ríru

enfermo / saludable

àìsàn / lera

hospital - ilé ìwòsàn

emergencia
pàjáwìrì

¡Ayuda!	 alarma	 asalto
Ìrànlọ́wọ́!	ìtanijí	ìluni
 ataque	 peligro	 salida de emergencia
ìdójukọ	ewu	ìjáde pàjáwìrì
¡Fuego!	 extintor	 accidente
Iná!	panápaná	ìjàmbá
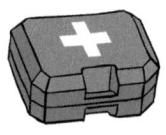 kit de primeros auxilios	 SOS	 Policía
àpótí ìtọ́jú aláìsàn	SOS	ọlọ́pàá

Tierra
Ayé

Europa
Yuropu

América del Norte
North Amerika

América del Sur
South Amerika

África
Afirika

Asia
Esia

Australia
Qsirelia

Atlántico
Atlantic

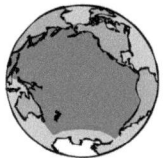
Pacífico
Pacific

Océano Índico
Indian Ocean

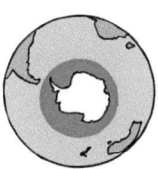
Océano Antártico
Antarctic Ocean

Océano Ártico
Arctic Ocean

Polo Norte
Òpó Ìlà Òrùn

Polo Sur
Òpó Ìwọ̀ Òrùn

Antártida
Antarctica

Tierra
Ayé

país
ilẹ̀

mar
òkun

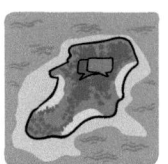
isla
erékùsù

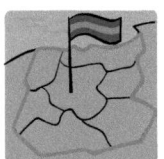
nación
orílẹ̀-èdè

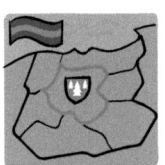
Estado
ìpínlẹ̀

reloj
aago

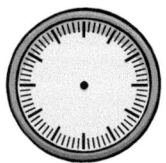

cuadrante
ojú aago

horario
ọwọ́ wákàtí

minutero
ọwọ́ ìṣẹ́jú

segundero
ọwọ́ ìṣẹ́jú àáyá

¿Qué hora es?
Kínni aago ṣọ?

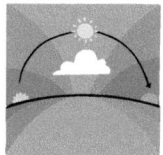

día
ọjọ́

tiempo
àkókò

ahora
báyìí

reloj digital
aago onínọ́mbà

minuto
ìṣẹ́jú

hora
wákàtí

semana
ọsẹ̀

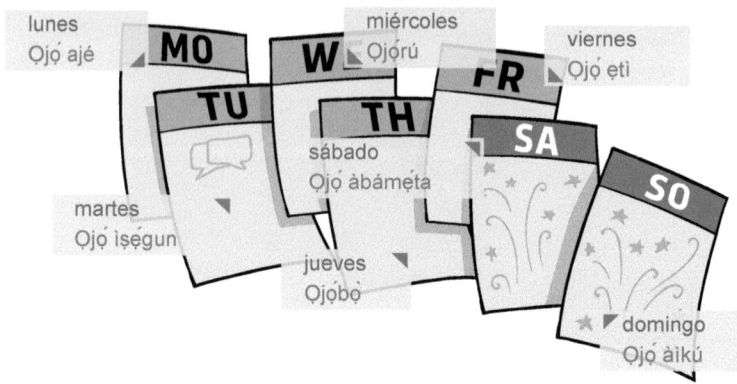

lunes — Ojọ́ ajé
martes — Ojọ́ ìsẹ́gun
miércoles — Ojọ́rú
jueves — Ojọ́bọ̀
viernes — Ojọ́ ẹti
sábado — Ojọ́ àbámẹ́ta
domingo — Ojọ́ àìkú

ayer
àná

hoy
òní

mañana
ọ̀la

mañana
àárọ̀

mediodía
ọ̀sán

tarde
ìrọ̀lẹ́

jornada de trabajo
àwọn ojọ́ iṣẹ́

fin de semana
ìparí ọsẹ̀

semana - ọsẹ̀

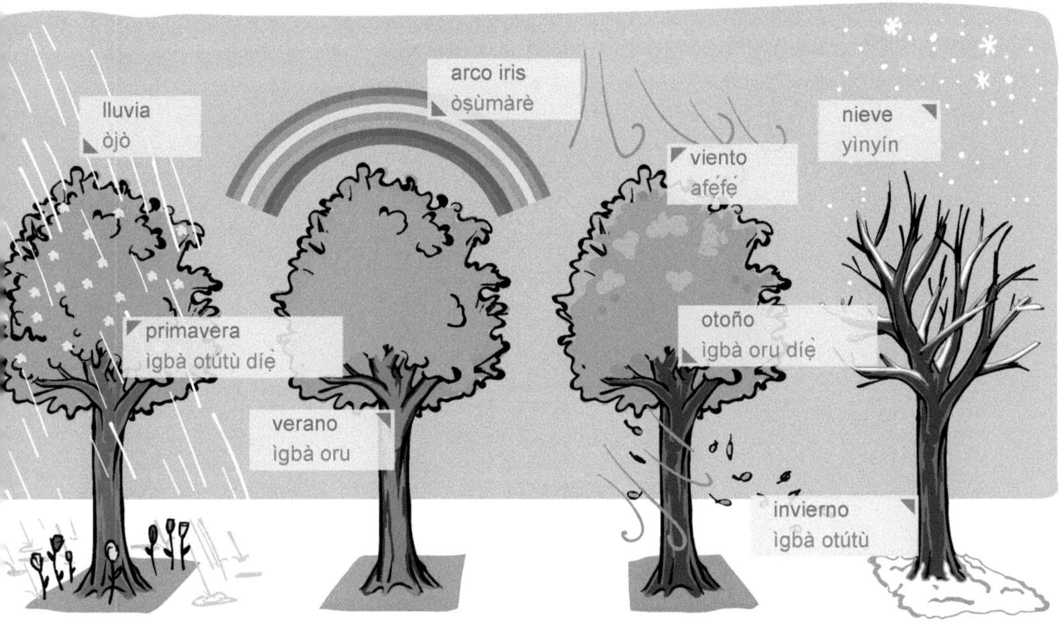

año
ọdún

lluvia
òjò

arco iris
òṣùmàrè

nieve
yìnyín

viento
afẹ́fẹ́

primavera
ìgbà otútù díẹ̀

verano
ìgbà oru

otoño
ìgbà oru díẹ̀

invierno
ìgbà otútù

pronóstico meteorológico

ìsọtẹ́lẹ̀ ojú-ojọ́

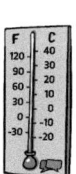

termómetro

ẹ̀rọ ìwọ̀n oru

luz solar

ìtànsán òrùn

nube

òfurufú

niebla

òpọ̀lọ́

humedad ambiente

ọgìnniti

relámpago
iná

trueno
àrá

tormenta
ìjì

granizo
kùrukùru

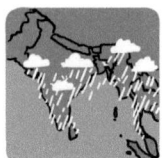
monzón
afẹ́fẹ́

inundación
àgbàrá

hielo
omi dídì

enero
Oṣù kínní

febrero
Oṣù kejì

marzo
Oṣù kẹẹ̀ta

abril
Oṣù kẹẹ́rin

mayo
Oṣù kaàrún

junio
Oṣù kẹfà

julio
Oṣù keèje

agosto
Oṣù keẹ̀jọ

año - ọdún

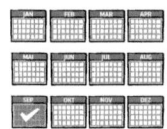
septiembre
Oṣù kẹẹsán

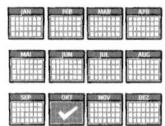
octubre
Oṣù keẹ̀wá

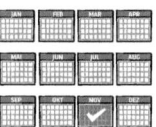
noviembre
Oṣù kọkànlá

diciembre
Oṣù kejìlá

formas
àwọn ìrísí

círculo
róbótó

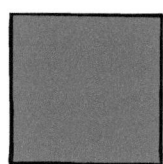
cuadrado
onígun mẹ́rin dọ́gba dọ́gba

rectángulo
onígun mẹ́rin

triángulo
onígun mẹ́ta

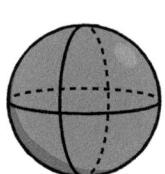
esfera
sifia

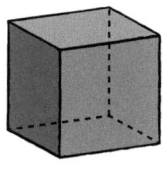
cubo
kubu

colores
àwọn àwọ̀

blanco
funfun

amarillo
yẹlo

anaranjado
olómi ọsàn

rosa
pinki

rojo
pupa

lila
pọpu

azul
bulu

verde
aláwọ̀ ewé

marrón
buranu

gris
rẹsúrẹsú

negro
dúdú

opuestos
òdì

mucho / poco

ọ̀pọ̀ / níwọ̀nba

enojado / calmado

bínnú / farabalẹ̀

bonito / feo

rẹwà / òbùrẹwà

comienzo / fin

bíbẹ̀rẹ̀ / òpin

grande / pequeño

ńlá / kékeré

claro / oscuro

mọ́lẹ̀ / dúdú

hermano / hermana

arákùnrin / arábìnrin

limpio / sucio

mímọ́ / dọ̀tí

completo / incompleto

parí / àìparí

día / noche

ọjọ́ / alẹ́

muerto / vivo

kú / àyè

ancho / angosto

fẹ̀ / tínrín

disfrutable / no disfrutable

jíjẹ / àìlèjẹ

malo / amigable

ibi / dára

excitado / aburrido

dunnú / sísú

gordo / delgado

tóbi / tínrín

primero / último

àkọ́kọ́ / ìgbèyìn

amigo / enemigo

ọrẹ́ / ọtá

lleno / vacío

kún / ṣófo

duro / suave

le / rọ̀

pesado / liviano

wúwo / fúyẹ́

hambre / sed

ebi / òhùngbẹ

enfermo / saludable

àìsàn / lera

ilegal / legal

tàpá sófin / bá òfin mu

inteligente / tonto

ọlọ́gbọ́n / òmùgọ̀

izquierda / derecha

òsì / ọ̀tún

cercano / lejano

tòsí / jìnnà

opuestos - òdì

nuevo / usado

tuntun / àlòkù

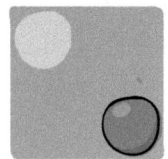

nada / algo

àìsí nkan / níní nkan

viejo / joven

arúgbó / ọ̀dọ́

encendido / apagado

tàn / kú

abierto / cerrado

ṣí / padé

bajo / fuerte

dákẹ́ / pariwo

rico / pobre

lọ́rọ̀ / tòsì

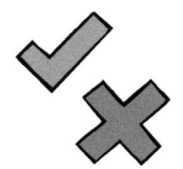

correcto / incorrecto

tọ̀nà / àìtọ̀nà

áspero / liso

àìdán / dán

triste / alegre

banújẹ́ / dunú

breve / extenso

kúrú / gùn

lento / veloz

lọ́ra / yára

mojado / seco

tutù / gbẹ

caliente / frío

lọ́wọ́rọ́ / otútù

guerra / paz

ogun / àlàfíà

números
nọ́mbà

0
cero
òdo

1
uno
méní

2
dos
méjì

3
tres
mẹ́ta

4
cuatro
mẹ́rin

5
cinco
márùún

6
seis
mẹ́fà

7
siete
méje

8
ocho
mẹ́jọ

9
nueve
mẹ́sàán

10
diez
mẹ́wàá

11
once
mọ́kànlá

12 doce
méjìlá

13 trece
mẹ́tàlá

14 catorce
mẹ́rìnlà

15 quince
mẹdogun

16 dieciséis
marundinlógún

17 diecisiete
mẹ́tàdínlógún

18 dieciocho
méjidínlógún

19 diecinueve
mọ́kàndínlógún

20 veinte
ogún

100 cien
ọgọ́rùún

1.000 mil
ẹgbẹ̀rún

1.000.000 millón
miliọnu

números - nọ́mbà

idiomas
àwọn èdè

inglés

Gẹ̀ẹ́sì

inglés estadounidense

Gẹ̀ẹ́sì Ilẹ̀ Amẹ́ríkà

chino mandarín

Mandarini Ṣaina

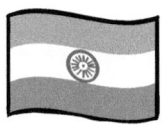

hindi

Hindi

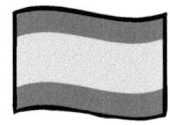

español

Sipaniṣi

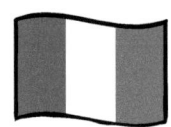

francés

Faransé

árabe

Lárúbáwá

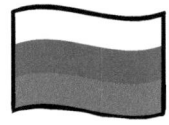

ruso

Roṣia

portugués

Pọtugi

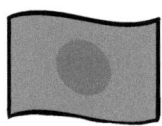

bengalí

Bẹngali

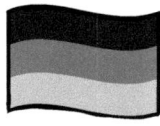

alemán

Jamani

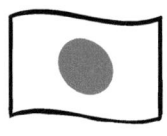

japonés

Japanisi

quién / qué / cómo
tani / kínni / báwo

yo
Èmi

tú
ìwọ

él / ella
ọkùnrin / obìnrin / nkan

nosotros
àwa

vosotros
ìwọ

ellos
àwọn

¿quién?
tani?

¿qué?
kínni?

¿cómo?
báwo?

¿dónde?
níbo?

¿cuándo?
nígbà wo?

nombre
orúkọ

donde
níbo

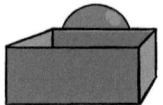

detrás

lẹ́yìn

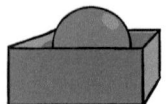

en

inú

delante de

níwájú

encima de

lókè

sobre

lórí

debajo de

lábẹ́

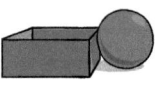

junto a

lẹ́gbẹ́ẹ́

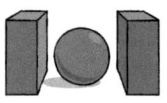

entre

láàrín

lugar

ibi